Impressum
Verlag: BABADADA GmbH, Nedderfeld 112 , 22529 Hamburg
Geschäftsführer / Verlagsleitung: Harald Hof
Druck: Books on Demand GmbH, In de Tarpen 42, 22848 Norderstedt

Imprint
Publisher: BABADADA GmbH, Nedderfeld 112 , 22529 Hamburg, Germany
Managing Director / Publishing direction: Harald Hof
Print: Books on Demand GmbH, In de Tarpen 42, 22848 Norderstedt

# shule

## 학교

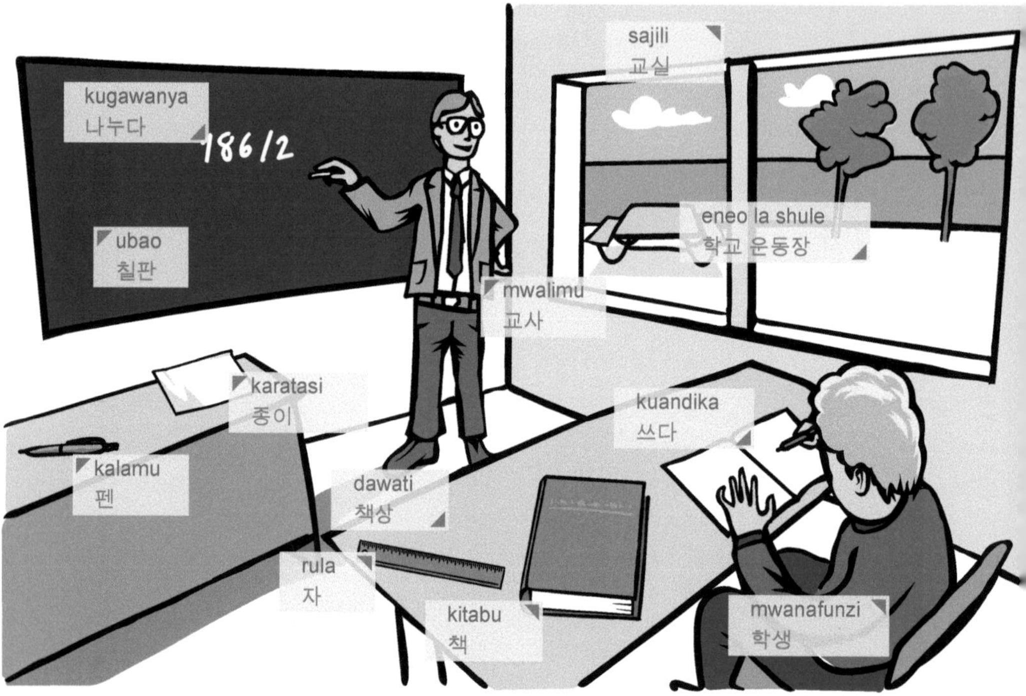

sajili
교실
kugawanya
나누다
186/2
ubao
칠판
eneo la shule
학교 운동장
mwalimu
교사
karatasi
종이
kuandika
쓰다
kalamu
펜
dawati
책상
rula
자
kitabu
책
mwanafunzi
학생


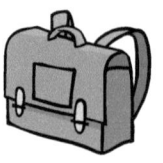

mkoba

책가방

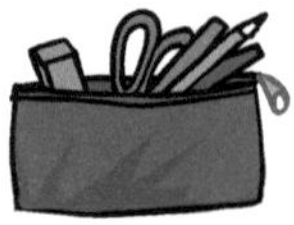

kikasha cha penseli

필통

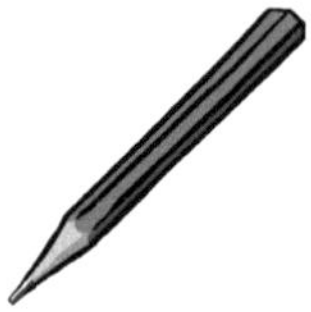

penseli

연필

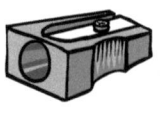

kichonga penseli

연필깎이

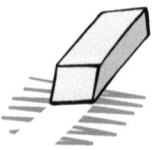

mpira

지우개

pedi ya kuchora

스케치북

uchoraji

그림

brashi ya rangi

붓

sanduku la rangi

그림물감 통

mkasi

가위

gundi

풀

daftari

연습장

kazi ya nyumbani

숙제

nambari

숫자

jumlisha

더하다

ondoa

빼다

zidisha

곱하다

kokotoa

계산하다

barua

글자

alfabeti

알파벳

neno

낱말

maandishi

텍스트

kusoma

읽다

chaki

분필

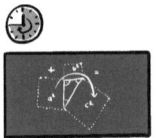

somo

수업시간

sajili

출석부

uchunguzi

시험

cheti

증명서

sare za shule

교복

elimu

교육

elezo

백과사전

chuo kikuu

대학교

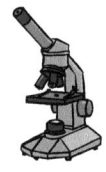

darubini

현미경

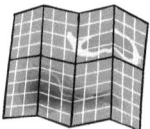

ramani

지도

kikapu cha kuweka karatasi chafu

휴지통

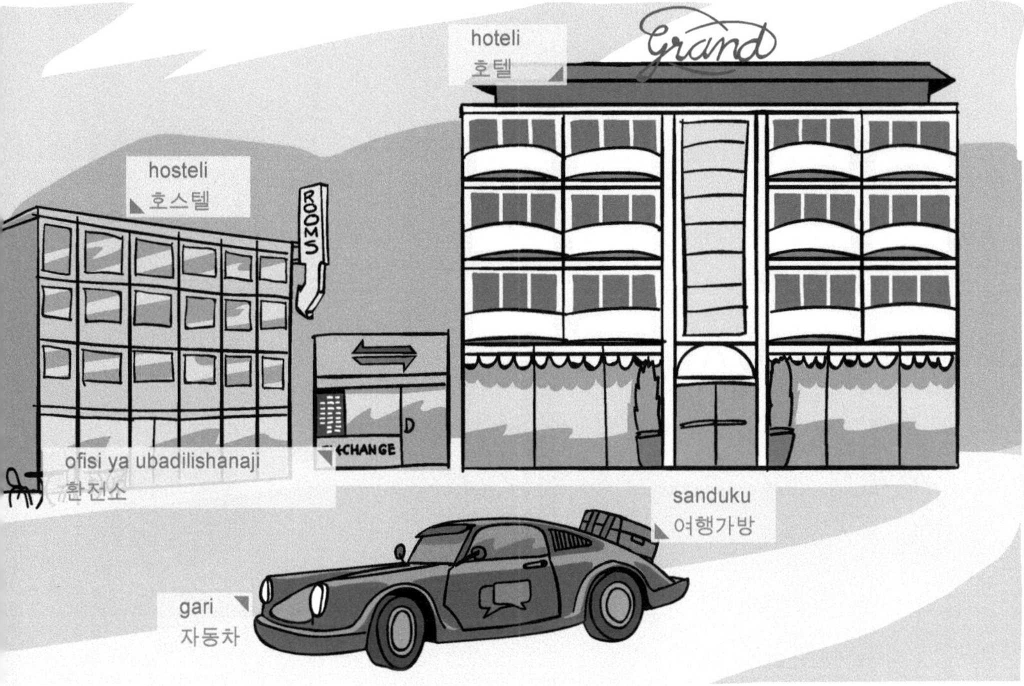

Grand
hoteli
호텔
hosteli
호스텔
ROOMS
ofisi ya ubadilishanaji
환전소
sanduku
여행가방
gari
자동차

lugha

언어

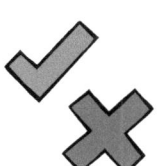

ndiyo / la

예 / 아니오

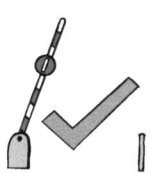

sawa

좋아

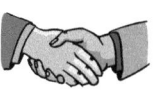

hujambo

안녕

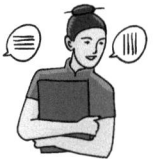

mtafsiri

번역가

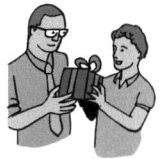

Asante

고마워, 고마워요

**kiasi gani ni ...?**

... 얼마입니까?

**Sielewi**

나는 이해하지 못합니다

**tatizo**

문제

**Jioni njema!**

안녕하세요!

**Habari za asubuhi!**

안녕하세요!

**Usiku mwema!**

잘자요!

**kwa heri**

또 만나요

**mwelekeo**

방향

**mizigo**

수하물

**mfuko**

가방

**shanta**

배낭

**mgeni**

손님

**chumba**

방

**begi la kulalia**

침낭

**hema**

텐트

taarifa ya utalii

여행 안내

ufuo

해변

kadi

신용카드

kifunguakinywa

아침식사

chakula cha mchana

점심식사

chakula cha jioni

저녁식사

tiketi

승차권

kuinua

승강기

muhuri

우표

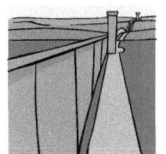

mpaka

경계

mila

세관

ubalozi

대사관

visa

비자

pasipoti

여권

# usafiri
# 운반

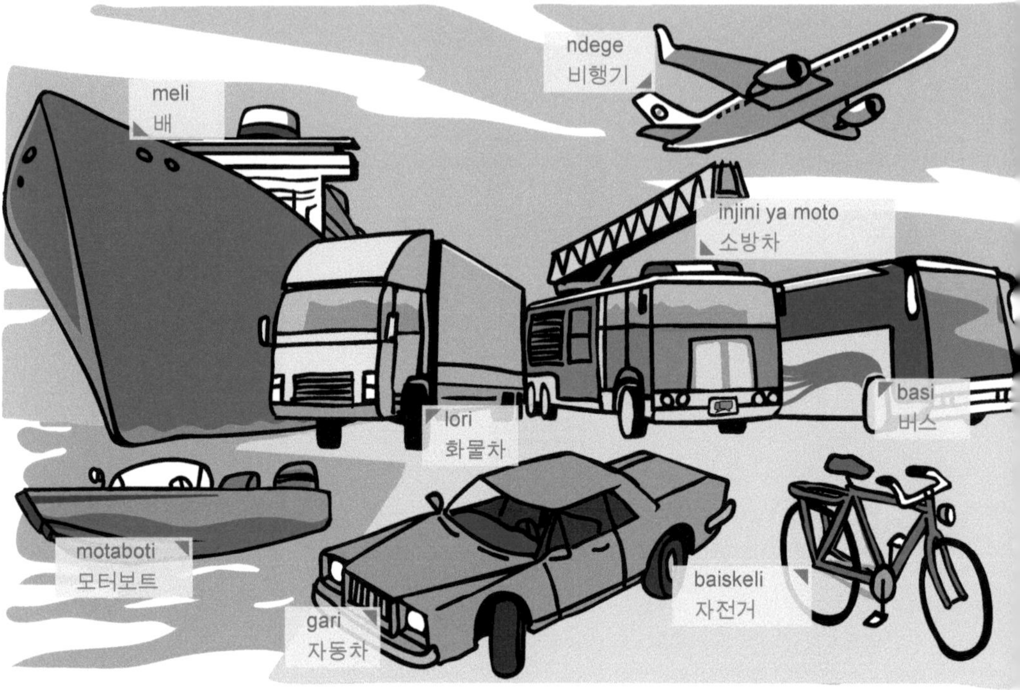
ndege
비행기
meli
배
injini ya moto
소방차
basi
버스
lori
화물차
motaboti
모터보트
baiskeli
자전거
gari
자동차

feri
페리

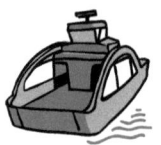

mashua
보트

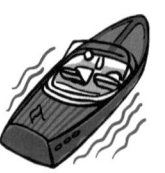

pikipiki
오토바이

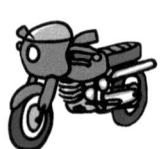

gari la polisi
경찰차

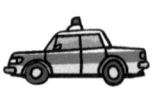

gari la mashindano
경주차

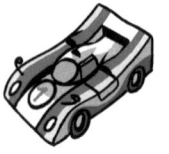

gari la kukodisha
렌트카

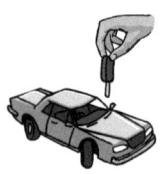

kushiriki gari

카셰어링

lori la kuvuta

견인차

ukusanyaji taka

쓰레기차

motor

모터

mafuta

연료

kituo cha mafuta

주유소

ishara trafiki

교통 표지

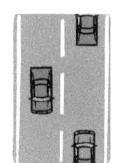

trafiki

교통

msongamano

교통 정체

maegesho

주차장

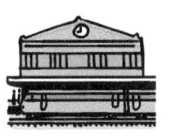

kituo cha treni

기차역

reli

트랙터

garimoshi

기차

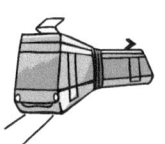

tremu

전차

gari la mizigo

객차

helikopta

헬리콥터

uwanja wa ndege

공항

mnara

타워

abiria

승객

chombo

컨테이너

katoni

상자

mkokoteni

카트

kikapu

바구니

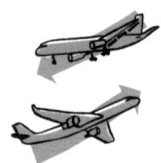

ondoka

출발하다 / 도착하다

## jiji

## 도시

kijiji

마을

katikati ya jiji

도심

nyumba

집

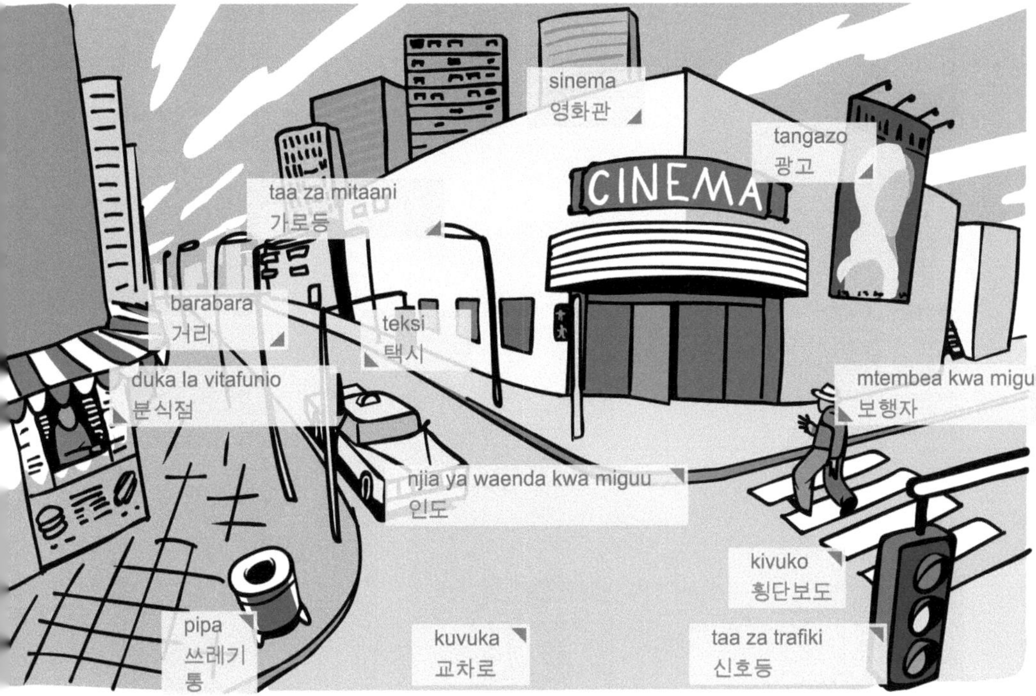
sinema
영화관
tangazo
광고
CINEMA
taa za mitaani
가로등
barabara
거리
teksi
택시
duka la vitafunio
분식점
mtembea kwa migu
보행자
njia ya waenda kwa miguu
인도
kivuko
횡단보도
pipa
쓰레기
통
kuvuka
교차로
taa za trafiki
신호등

kibanda

오두막

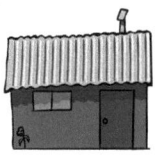

gorofa

주택

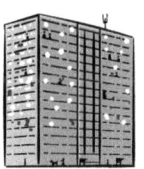

kituo cha treni

기차역

ukumbi wa mji

시청

MUSEUM

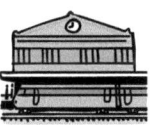

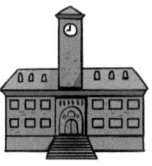

Makavazi

박물관

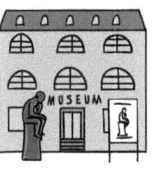

shule

학교

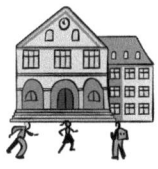

chuo kikuu

대학교

benki

은행

hospitali

병원

hoteli

호텔

duka la dawa

약국

ofisi

사무실

duka la kitabu

서점

duka

상점

duka la maua

꽃가게

dukakuu

수퍼마켓

soko

시장

idara ya kuhifadhi

백화점

mwuza samaki

생선가게

kituo cha ununuzi

쇼핑 센터

bandari

항구

Hifadhi

공원

benki

벤치

daraja

다리

vidato

계단

chini ya ardhi

지하철

handaki

터널

kituo cha mabasi

버스 정류장

bar

바

mgahawa

레스토랑

sanduku la posta

우체통

ishara ya barabara

도로 표지판

mita ya maegesho

주차료 징수기

bustani ya wanyama

동물원

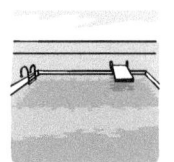

kidimbwi cha kuogelea

수영장

msikiti

모스크 사원

shamba

농장

uchafuzi

환경오염

makaburini

공동묘지

kanisa

교회

uwanja wa michezo

놀이터

hekalu

절

# mazingira
## 풍경

jani
잎

ishara ya mwelekeo
이정표

njia
길

malisho
초원

jiwe
돌

mtembeaji wa masafa
도보여행자

mti
나무

mto
강

nyasi
잔디

ua
꽃

**bonde**
계곡

**kilima**
산

**ziwa**
호수

**msitu**
숲

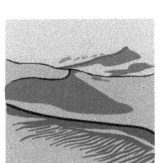

**jangwa**
사막

**volkano**
화산

**ngome**
성

**upinde wa mvua**
무지개

**uyoga**
버섯

**mtende**
야자나무

**mbu**
모기

**kuruka**
파리

**chungu**
개미

**nyuki**
벌

**buibui**
거미

mende

딱정벌레

chura

개구리

kuchakuro

다람쥐

nungunungu

고슴도치

sungura

토끼

bundi

부엉이

ndege

새

swan

백조

nguruwe mwitu

맷돼지

kulungu

사슴

aina ya kongoni

순록

bwawa

댐

tabo ya upepo

풍력 터빈

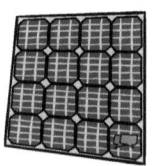

nishaji ya jua

태양광 전지판

hali ya hewa

기후

# mgahawa
## 레스토랑

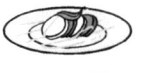

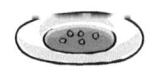

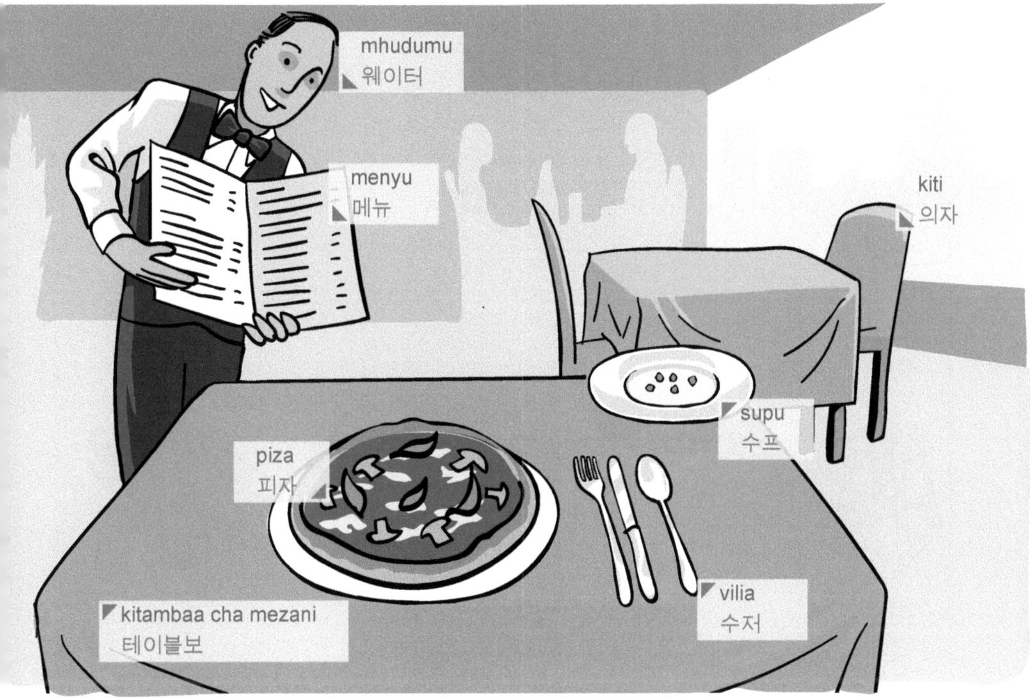
mhudumu
웨이터
menyu
메뉴
kiti
의자
supu
수프
piza
피자
vilia
수저
kitambaa cha mezani
테이블보

kiamsha hamu
전채요리

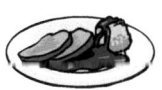

kozi kuu
주요리

kitindamlo
후식

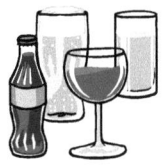

vinywaji
음료수

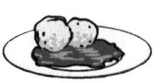

chakula
음식

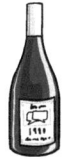

chupa
병

chakula cha haraka

인스턴트 식품

Streetfood

길거리음식

buli

찻주전자

kisanduku cha sukari

설탕통

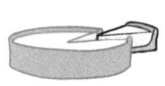

sehemu

인분

mashine ya espresso

에스프레소 머신

kiti kirefu

높은 의자

muswada

계산서

trei

쟁반

kisu

칼

uma

포크

kijiko

숟가락

kijiko cha chai

찻숟가락

nepi

냅킨

glasi

유리잔

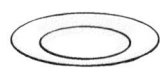

sahani

접시

sahani ya supu

수프 그릇

sufuria

컵 받침

mchuzi

소스

kichanyaji chumvi

소금통

kinu cha pilipili

후추통

siki

식초

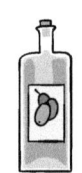

mafuta

기름

viungo

양념

kechapu

케첩

haradali

겨자

kachumbari nzito

마요네즈

# dukakuu
## 수퍼마켓

ofa maalum
특가 판매
FOR
mteja
고객
maziwa
유제품
matunda
과일
toroli
트롤리

BUTCHERS

mchinjaji

정육점

BAKERY

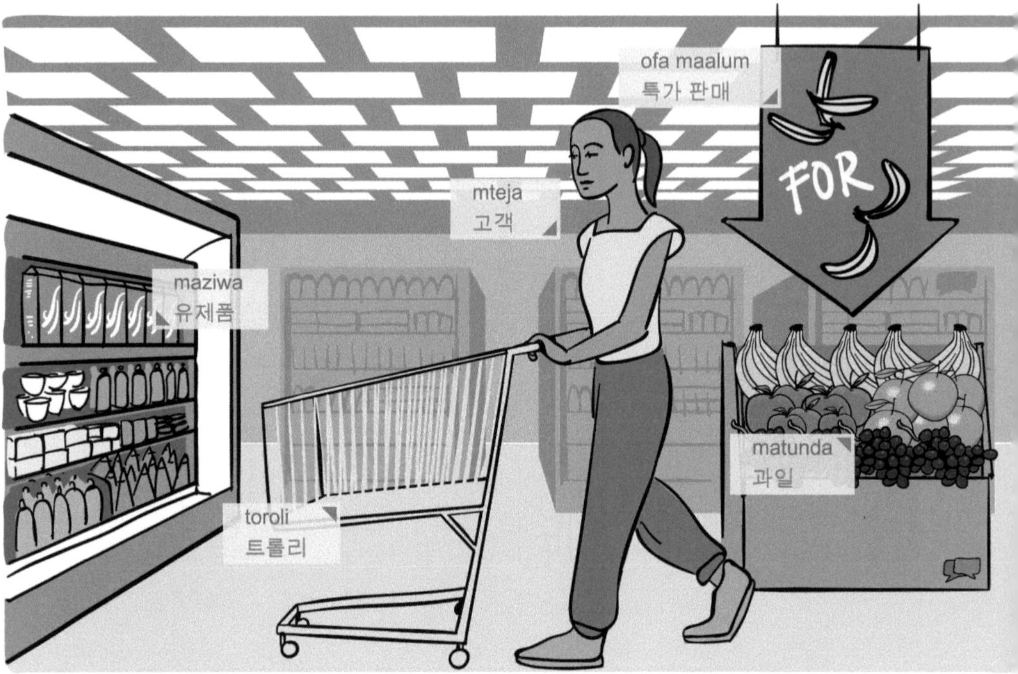

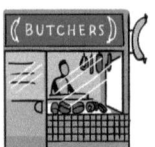

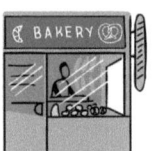

mwokaji

빵집

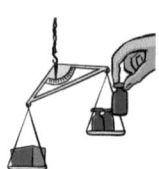

uzito

무게가 나가다

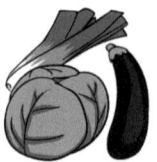

mboga

채소

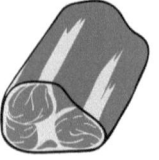

nyama

고기

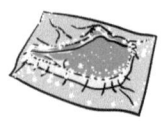

chakula waliohifadhiwa

냉동식품

ipande vya nyama baridi

냉육

chakula cha kopo

통조림

sabuni ya unga

가루 세제

pipi

달콤한 간식

bidhaa za kaya

가정용품

bidhaa za kusafisha

세척제

mtu mauzo

판매원

mpaka

계산대

keshia

계산원

orodha ya manunuzi

구매목록

masaa ya ufunguzi

문 여는 시간

mkoba

지갑

kadi

신용카드

mfuko

가방

mfuko wa plastiki

비닐 봉투

maji

물

sharubati

주스

maziwa

우유

coke

콜라

mvinyo

와인

bia

맥주

pombe

술

kakao

카카오

chai

차고

kahawa

커피

spreso

에스프레소

kapuchino

카푸치노

ndizi

바나나

tufaha

사과

machungwa

오렌지

tikiti

수박

lemon

레몬

karoti

당근

kitunguu saumu

마늘

mianzi

대나무

kitunguu

양파

uyoga

버섯

karanga

견과류

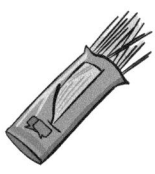

nudo

국수

spageti

스파게티

mpunga

쌀

saladi

샐러드

vibanzi

감자칩

viazi vya kukaanga

감자튀김

piza

피자

hambaga

햄버거

sandwichi

샌드위치

kipande

커틀렛

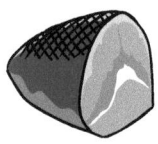

paja la mnyama

햄

salami

살라미

soseji

소시지

kuku

닭

choma

구이

samaki

생선

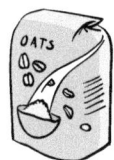
oats ya uji
오트밀

muesli
뮤슬리

cornflakes
콘플레이크

unga
밀가루

kroisanti
크루아상

andazi
롤빵

mkate
빵

mkate wa kubanika
토스트

biskuti
비스킷

siagi
버터

maziwa mgando
응유

keki
케이크

yai
달걀

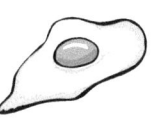
yai kukaanga
계란 후라이

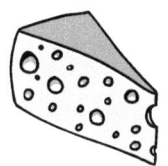
jibini
치즈

aiskrimu

아이스크림

sukari

설탕

asali

꿀

jemu

잼

kuenea kwa chokoleti

누가 크림

mchuzi wa viungo

카레

# shamba
## 농장

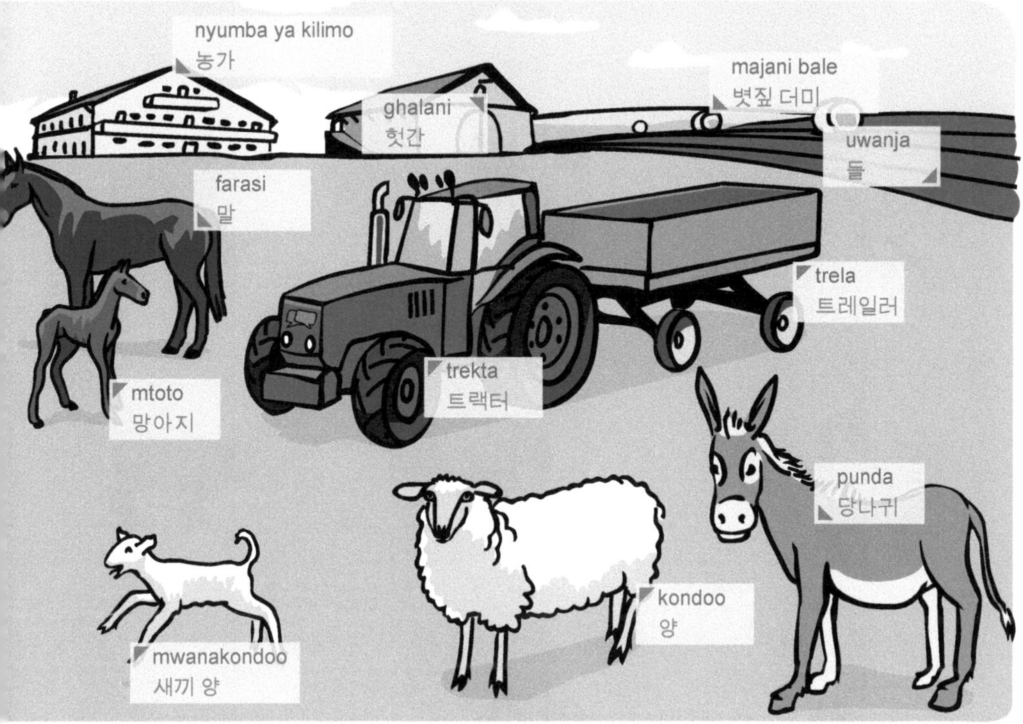
nyumba ya kilimo
농가
majani bale
볏짚 더미
ghalani
헛간
uwanja
들
farasi
말
trela
트레일러
trekta
트랙터
mtoto
망아지
punda
당나귀
kondoo
양
mwanakondoo
새끼 양

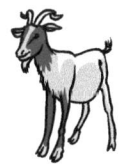

mbuzi

염소

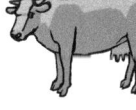

ng'ombe

암소

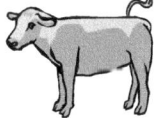

ndama

송아지

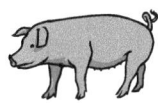

nguruwe

돼지

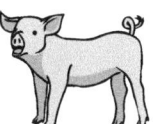

mwananguruwe

새끼 돼지

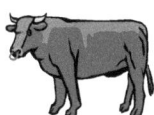

fahali

황소

batabukini

거위

bata

오리

kifaranga

병아리

kuku

암탉

jogoo

수탉

panya

쥐

paka

고양이

panya

생쥐

ng'ombe

황소

mbwa

개

nyumba ya mbwa

개집

bomba la bustani

정원용 호스

debe la kumwagilia maji

물뿌리개

fyekeo

큰 낫

kulima

쟁기

mundu

낫

jembe

괭이

uma wa nyasi

쇠스랑

shoka

도끼

toroli

외바퀴 손수레

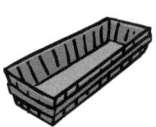

kupitia nyimbo

여물통

chombo cha maziwa

우유 캔

gunia

부대

ua

울타리

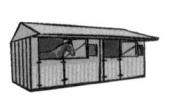

imara

축사

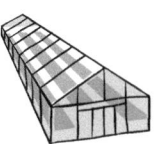

chafu

비닐하우스

udongo

땅

mbegu

씨앗

mbolea

거름

kivunaji

콤바인

mavuno

수확하다

mavuno

수확

viazi vikuu

참마

ngano

밀

soya

콩

viazi

감자

mahindi

옥수수

rapa

유채씨

mti wa matunda

과일나무

muhogo

카사바

nafaka

곡식

# nyumba
# 집

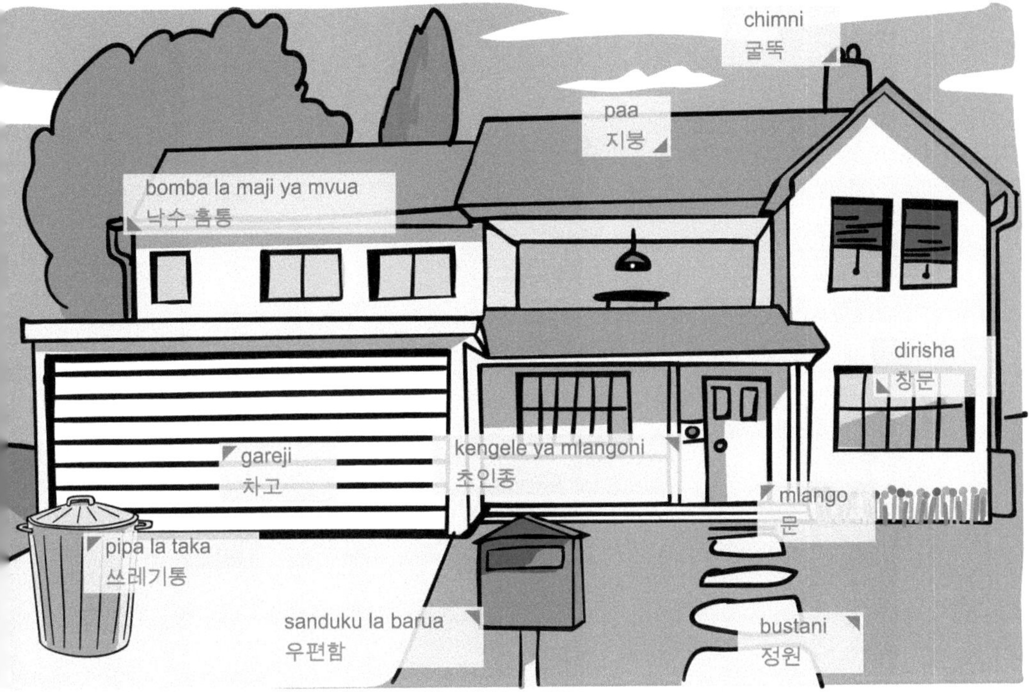
chimni
굴뚝
paa
지붕
bomba la maji ya mvua
낙수 홈통
dirisha
창문
gareji
차고
kengele ya mlangoni
초인종
mlango
문
pipa la taka
쓰레기통
sanduku la barua
우편함
bustani
정원

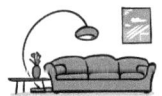

sebuleni

응접실

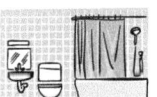

bafu

욕실

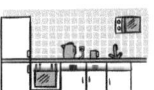

jikoni

부엌

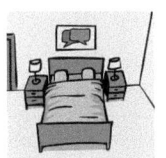

chumba cha kulala

침실

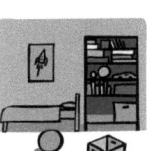

chumba ya mtoto

아이들 방

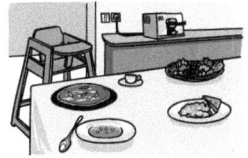

chumba cha kulia

식사실

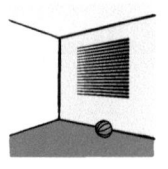

sakafu

바닥

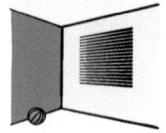

ukuta

벽

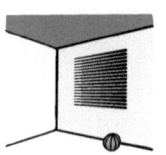

dari

천장

pishi

지하실

sauna

사우나

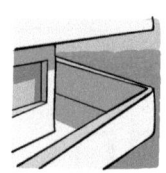

roshani

발코니

mtaro

테라스

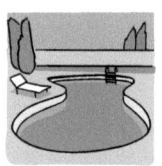

kidimbwi

수영장

mashine ya kukata nyasi

잔디 깎는 기계

karatasi

침대 시트

kitambaa cha kupamba
kitanda

이불

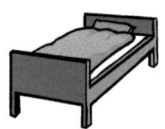

kitanda

침대

ufagio

빗자루

ndoo

양동이

kubadili

스위치

# sebuleni
## 응접실

mandhari
벽지
picha
그림
taa
전등
rafu
선반
kabati
캐비닛
televisheni/runinga
텔레비전
mekoni
벽난로
ua
꽃
mto
쿠션
sofa
소파
chombo cha maua
꽃병
kitenzambali
리모컨


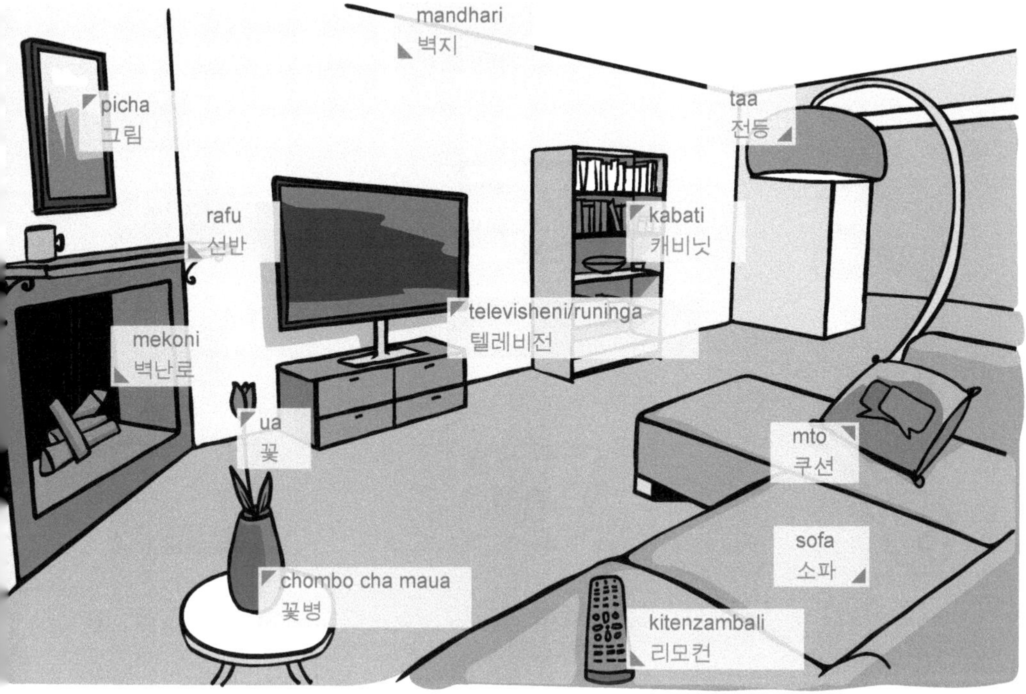

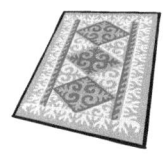

zulia
카페트

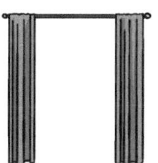

pazia
커튼

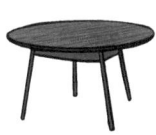

meza
탁자

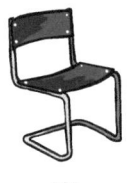

kiti
의자

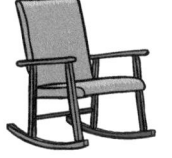

kiti cha bembea
흔들의자

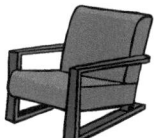

armchair
안락의자

**kitabu**

책

**blanketi**

담요

**mapambo**

장식

**kuni**

뗄감나무

**filamu**

영화

**kifaa cha hi-fi**

하이파이 기기

**ufunguo**

열쇠

**gazeti**

신문

**uchoraji**

회화

**bango**

포스터

**redio**

라디오

**daftari**

노트

**kifyonza**

진공청소기

**dungusi kakati**

선인장

**mshumaa**

초

# jikoni
# 부엌

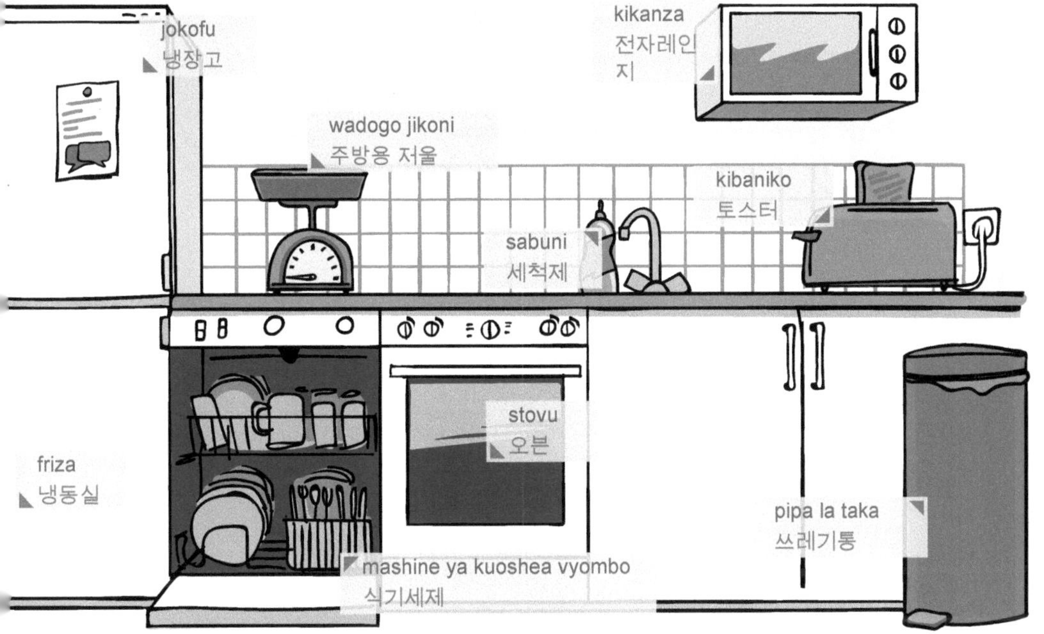

jokofu
냉장고
kikanza
전자레인지
wadogo jikoni
주방용 저울
kibaniko
토스터
sabuni
세척제
stovu
오븐
friza
냉동실
pipa la taka
쓰레기통
mashine ya kuoshea vyombo
식기세제


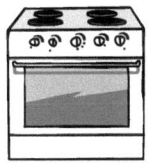

jiko la kupika

쿠커

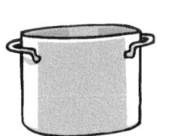

chungu

냄비

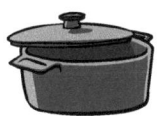

sufuria ya chuma

주철 냄비

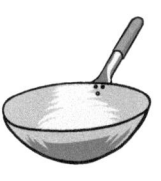

wok / kadai

웍 / 카다이 냄비

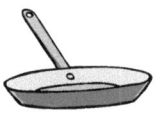

kaango

프라이팬

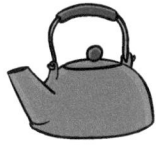

birika

주전자

**stima**

찜기

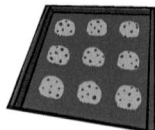

**sinia ya kuoka**

오븐 구이용 쟁반

**vyombo vya udongo**

그릇

**kombe**

머그

**bakuli**

양푼이

**vijiti vya kulia**

젓가락

**ukawa**

국자

**mwiko mpana**

주걱

**burashi**

거품기

**kichujio**

여과기

**chujio**

체

**mbuzi**

강판

**chokaa**

절구

**barbeque**

바베큐

**moto wazi**

화덕

ubao wa majaribio

도마

kijiti cha kusukuma unga

밀방망이

kizibuo

코르크 병따개

kopo

캔

inaweza kopo

캔 따개

kishikio cha chungu

냄비 받침

karo

개수대

brashi

솔

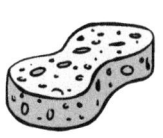

sifongo

수세미

kisagaji matunda

블렌더

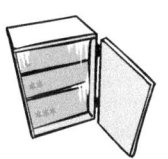

friji ya kina

냉동고

chupa ya mtoto

젖병

bomba

수도꼭지

# bafu
## 욕실

joto
히터
mfereji wa kuogea
샤워
taulo
수건
pazia la kuogea
샤워 커튼
maji ya kuoga yenye povu
거품 비누
hodhi
욕조
glasi
유리잔
mashine ya kuosha
세탁기
bomba
수도꼭지
vigae
타일
poti
변기
karo
개수대


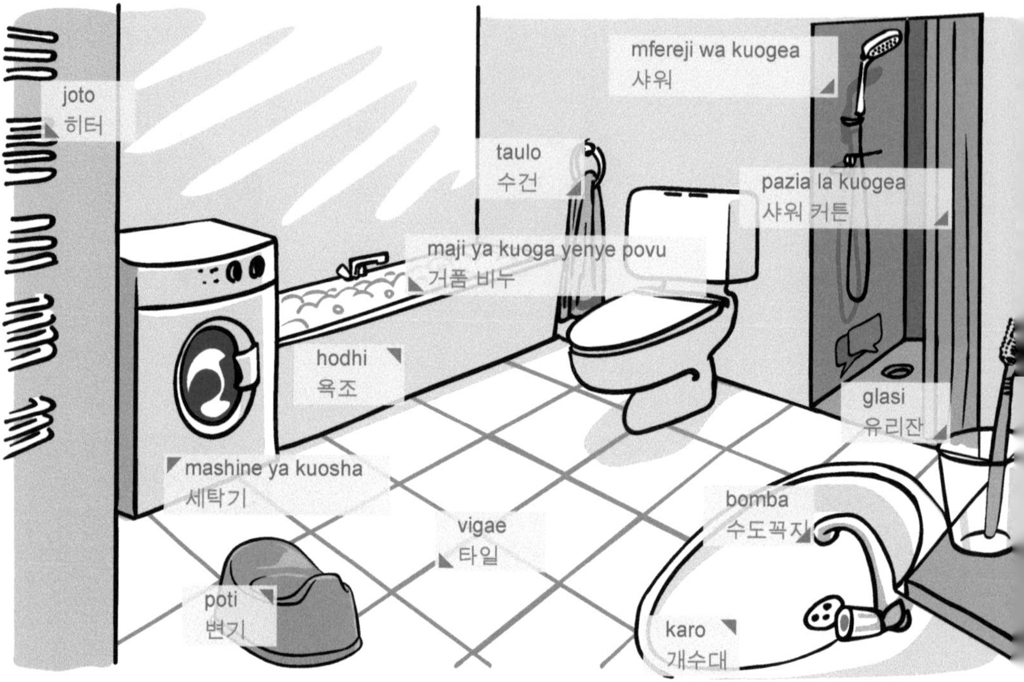

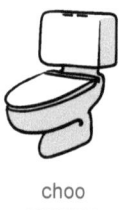

choo
화장실

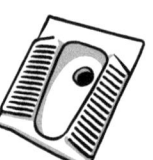

choo cha squat
재래식 화장실

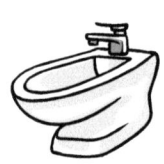

beseni la mviringo
비데

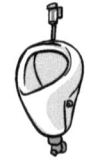

choo cha umma
공중 변소

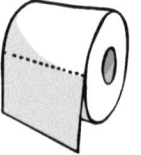

shashi
화장지

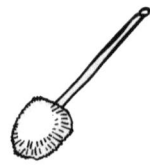

brashi ya choo
변기솔

mswaki

치솔

dawa ya meno

치약

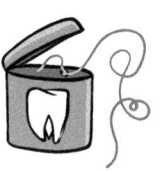

dawa ya meno

치실

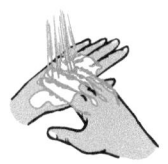

safisha

씻다

kuoga mkono

샤워기

msukumo wa maji

질 세척제

bonde

대야

mpako wa pili

등밀이솔

sabuni

비누

jeli ya kuogea

샤워 젤

shampuu

샴푸

flana

물걸레

toa maji

배수관

krimu

크림

kiondoa harufu

체취 제거제

kioo

거울

kioo mkono

휴대용 거울

kinyozi

면도기

povu la kunyoa

면도 거품

baada ya kunyoa

에프터쉐이브

kichana

빗

brashi

솔

kikausha nywele

헤어드라이기

marashi ya nyewele

헤어스프레이

vipodozi

메이크업

kidomwa

립스틱

varnish ya msumari

손톱깎이

pamba

면 솜

mkasi wa kucha

손톱

manukato

향수

mkoba wa kuosha

세면도구 주머니

kinyesi

스툴

mizani

저울

nguo ya kuoga

목욕 가운

glavu za mpira

고무 장갑

kisodo

탐폰

sodo

생리대

kemikali choo

화학 화장실

# chumba ya mtoto
# 아이들 방

saa ya kengele
자명종
kidoli cha kupakata
털인형
gari bandia
장난감 차
kelele
딸랑이
chumba cha midoli
인형의 집
sasa
선물

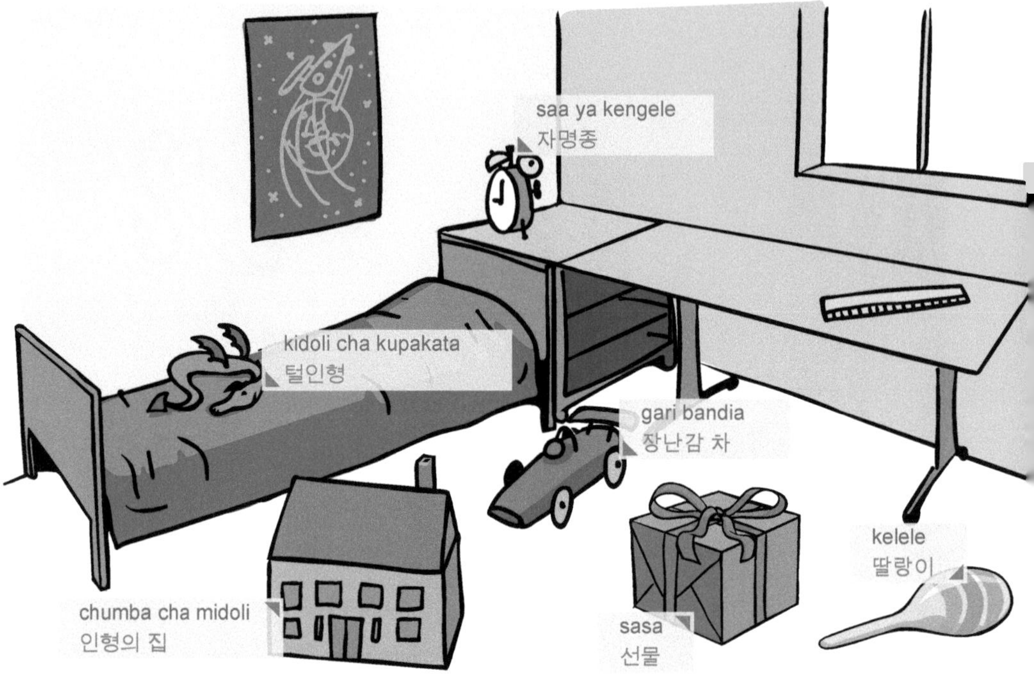

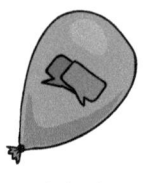

baluni
풍선

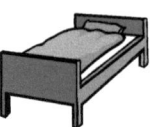

kitanda
침대

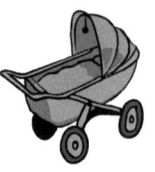

mashua
유모차

staha ya kadi
카드 게임

mchezo-fumb
퍼즐

SUPER MEGA

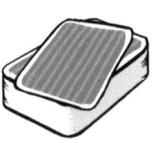

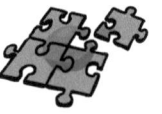

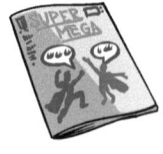

vichekesho
만화

**matofali lego**
레고

**vitalu mwigo**
장난감 블럭

**hatua takwimu**
액션 캐릭터

**suti ya kulalia**
베이비 그로

**kisahani**
프리스비

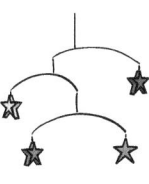

**simu**
모빌

**ubao wa michezo**
보드 게임

**kete**
주사위

**garimoshi mwigo**
기차 모형 세트

**dummy**
노리개 젖꼭지

**chama**
파티

**picha kitabu**
그림책

**mpira**
공

**kikaragosi**
인형

**kucheza**
놀다

shimo la mchanga

모래상자

bembea

그네

vitu bandia

장난감

kiweko cha video ya mchezo

비디오 게임 콘솔

baiskeli ya magurudumu

세바퀴자전거

matatu

mwanasesere

곰인형

kabati

옷장

## nguo

## 의복

soksi

양말

stokingi

스타킹

kibano

스타킹

skafu
스카프

ukanda
허리띠

mwavuli
우산

fulana
티셔츠

viatu
부츠

ndara
슬리퍼

wakufunzi
운동화

malapa
샌들

viatu
신발

mabuti ya mpira
고무 장화

suruali ya ndani
팬티

sidiria
브래지어

fulana
러닝 셔츠

mwili

바디

suruali

바지

dangirizi

청바지

sketi

치마

blauzi

블라우스

shati

셔츠

vuta

풀오버

sweta

후드티

bleza

블레이저

jaketi

자켓

koti

외투

koti la mvua

비옷

maleba

의상

gauni

원피스

mavazi ya harusi

웨딩 드레스

suti

양복

vazi la usiku

나이트가운

pajama

잠옷

sari

사리

skafu

두건

kilemba

터번

burka

부르카

kaftan

카프탄

abaya

아바야

vazi la kuogelea

수영복

vazi la kiume la kuogelea

수영바지

kaptura

반바지

teitei

트레이닝복

aproni

앞치마

glavu

장갑

kifungo

단추

glasi

안경

bangili

팔찌

mkufu

목걸이

pete

반지

herini

귀걸이

kofia

캡 모자

kiango cha koti

옷걸이

kofia

모자

tai

넥타이

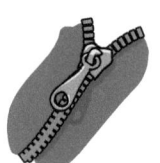

zipu

지퍼

kofia

헬멧

kanda za suruali

멜빵

sare za shule

교복

sare

유니폼

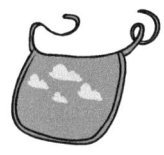

bibu

턱받이

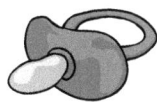

dummy

노리개 젖꼭지

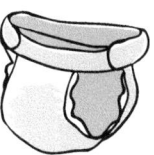

nepi

기저귀

# ofisi
## 사무실

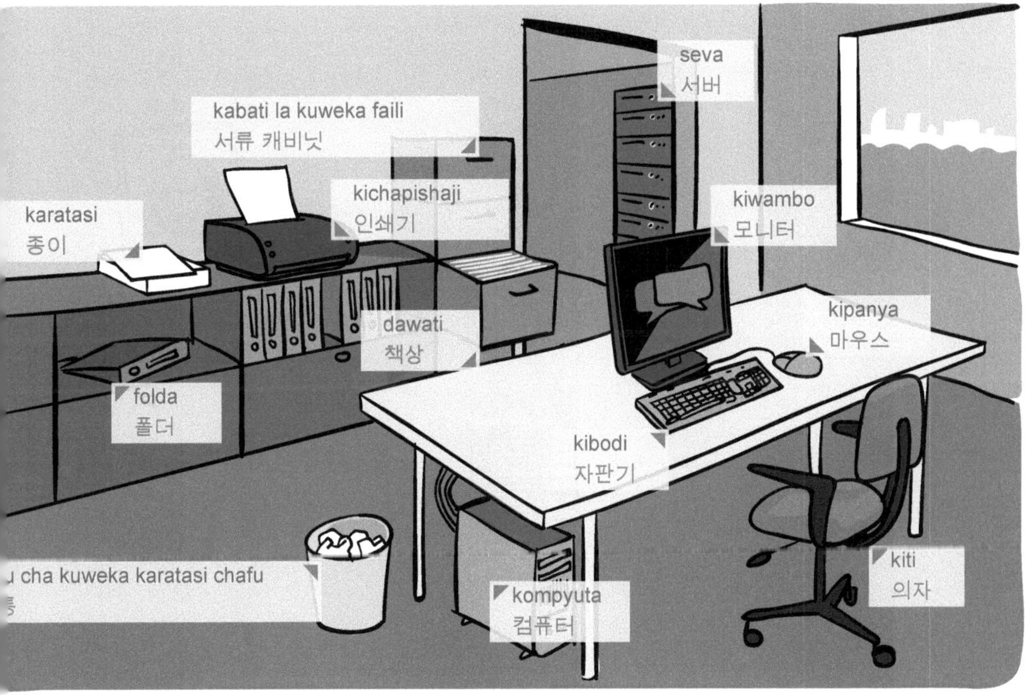
seva
서버
kabati la kuweka faili
서류 캐비닛
kichapishaji
인쇄기
karatasi
종이
kiwambo
모니터
kipanya
마우스
dawati
책상
folda
폴더
kibodi
자판기
cha kuweka karatasi chafu
kiti
의자
kompyuta
컴퓨터

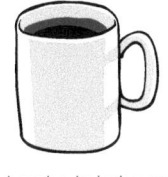

kmobe la kahawa

커피잔

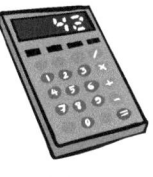

kikokotoo

계산기

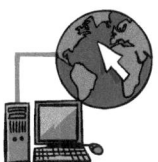

biashara

인터넷

**mbali**

노트북

**barua**

편지

**ujumbe**

메시지

**rununu**

휴대전화

**intaneti**

네트워크

**fotokopia**

복사기

**programu**

소프트웨어

**simu**

전화

**soketi**

플러그 소켓

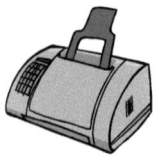

**kipepesi**

팩시밀리

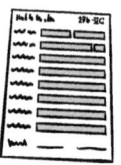

**fomu**

서식

**hati**

서류

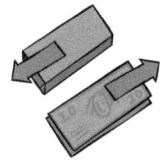

kununua

사다

kulipa

지불하다

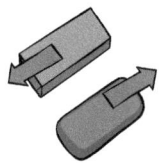

biashara

거래하다

fedha

돈

dola

달러

yuro

유로

yeni

엔

rouble

루벨

faranga ya Uswisi

스위스 프랑

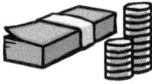

renminbi yuan

위안

rupia

루피

eneo la kulipia

현금인출기

ofisi ya ubadilishanaji

환전소

dhahabu

금

fedha

은

mafuta

석유

nishati

에너지

bei

가격

mkataba

계약

kodi

세금

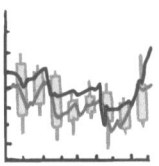

bidhaa

주식

kazi

일하다

mfanyakazi

근로자

mwajiri

고용주

kiwanda

공장

duka

상점

afisa wa polisi
경찰관

mzimamoto
소방관

rubani
조종사

mpishi
요리사

daktari
의사

mtunza bustani

정원사

seremala

목수

mshonaji

수선공

hakimu

판사

mwanakemia

화학자

muigizaji

배우

**dereva wa basi**

버스운전사

**dereva wa teksi**

택시 운전사

**mvuvi**

어부

**mwanamke wa kusafisha**

청소부

**mwezekaji**

지붕 수리자

**mhudumu**

웨이터

**mwindaji**

사냥꾼

**mchoraji**

화가

**mwokaji**

제빵사

**umeme**

전기업자

**mjenzi**

건축업자

**mhandisi**

엔지니어

**mchinjaji**

정육점업자

**fundi bomba**

배관업자

**mwanaposta**

우편물 배달부

mwanajeshi

군인

msanifu majengo

건축가

keshia

계산원

muuza maua

플로리스트

msusi

미용사

kondakta

검표원

mekanika

정비사

nahodha

선장

daktari wa meno

치과의사

mwanasayansi

학자

rabbi

유대교 라비

imamu

이맘

mtawa

수도승

kasisi

사제

# zana
## 연장

koleo
펜치
nyundo
망치
bisibisi
나사
드라이버
kurunzi
손전등
spana
렌치

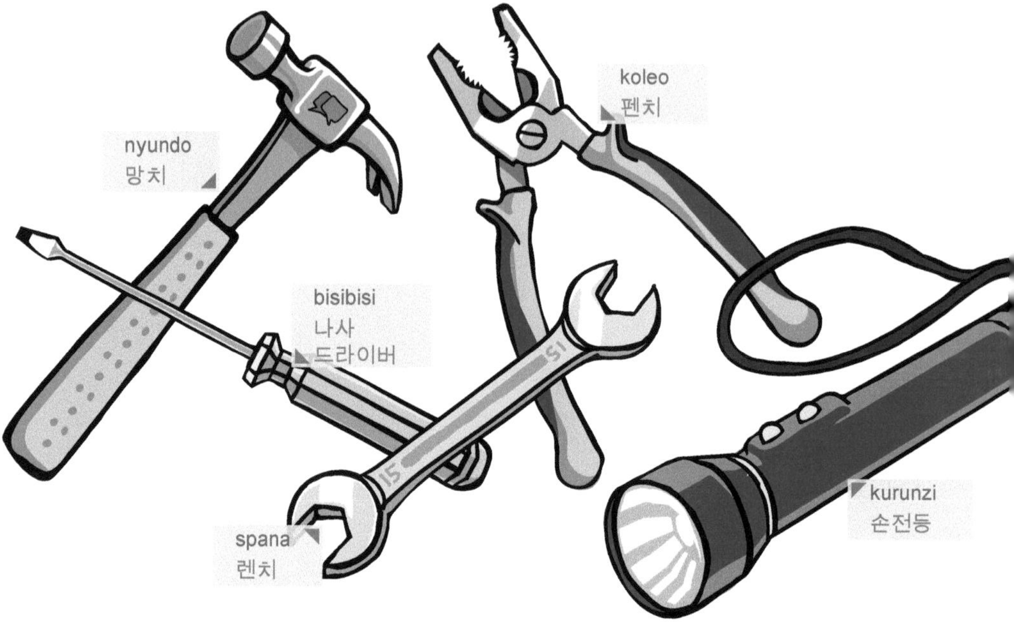

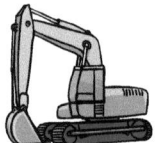

mchimbaji

굴삭기

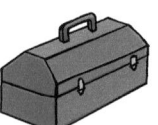

sanduku la vifaa

연장통

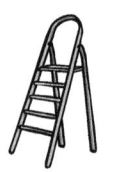

ngazi

사다리

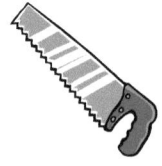

msumeno

톱

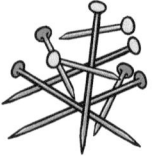

misumari

못

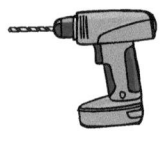

kuchimba visima

드릴

kukarabati

수리하다

sepetu

삽

Lo!

젠장!

kishikio cha uchafu

쓰레받기

chungu cha rangi

페인트통

skurubu

나사

## ala za muziki
## 악기

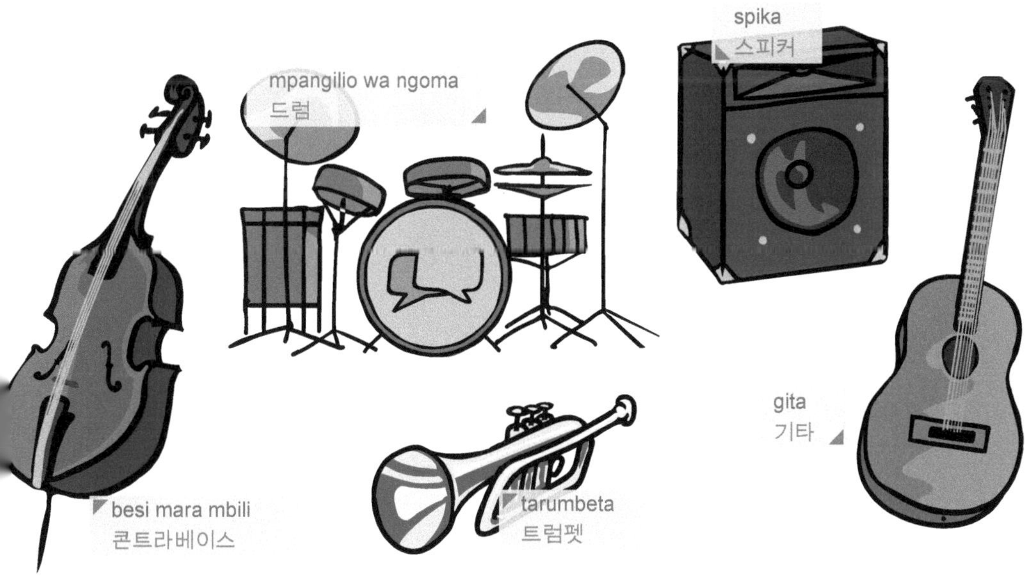

spika
스피커

mpangilio wa ngoma
드럼

besi mara mbili
콘트라베이스

tarumbeta
트럼펫

gita
기타

piano

피아노

fidla

바이올린

ubeji

베이스

timpani

팀파니

ngoma

북

kibodi

키보드

saksafoni

색소폰

filimbi

플루트

maikrofoni

마이크

# bustani ya wanyama
## 동물원

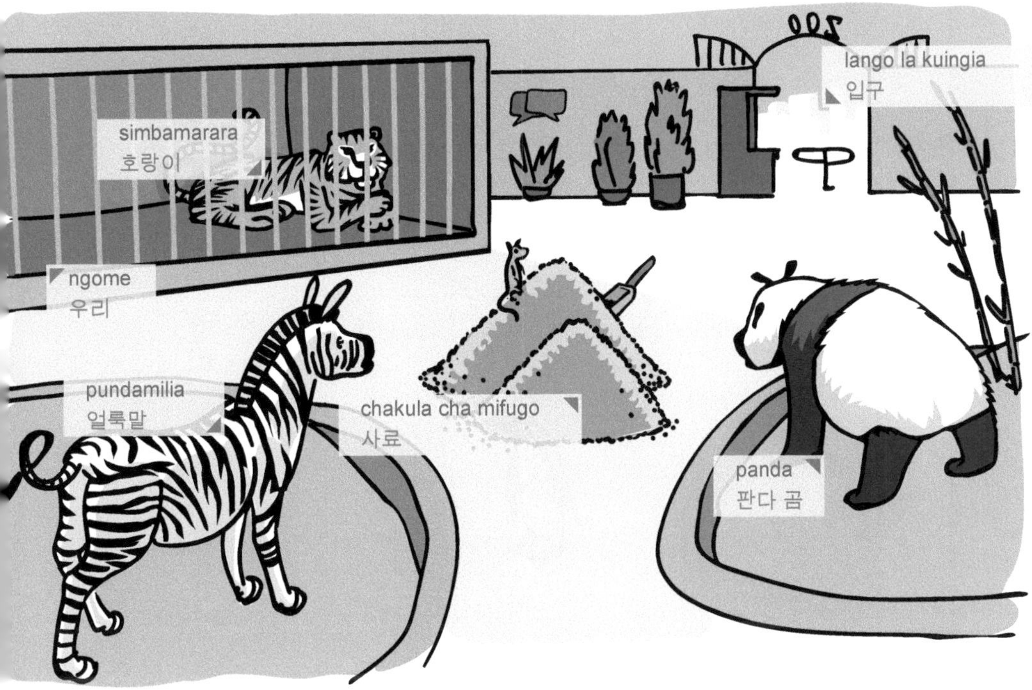
lango la kuingia
입구
simbamarara
호랑이
ngome
우리
pundamilia
얼룩말
chakula cha mifugo
사료
panda
판다 곰

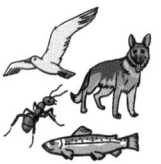

wanyama
동물

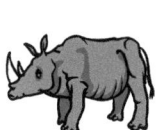

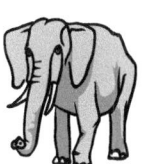

tembo
코끼리

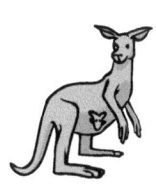

kangaruu
캥거루

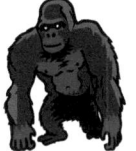

kifaru
코뿔소

sokwe
고릴라

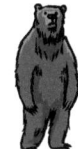

dubu
곰

ngamia

낙타

mbuni

타조

simba

사자

tumbili

원숭이

heroe

홍학

kasuku

앵무새

dubu

북극곰

penguini

펭귄

papa

상어

tausi

공작

nyoka

뱀

mamba

악어

mtunza wanyama

동물원 사육사

muhuri

물개

jaguar

재규어

mwanafarasi

조랑말

chui

표범

kiboko

하마

twiga

기린

tai

독수리

nguruwe mwitu

맷돼지

samaki

생선

kobe

거북이

sili

바다코끼리

mbweha

여우

paa

영양

soka ya marekani
미식축구

uendeshaji baiskeli
자전거 경기

tenisi
테니스

mpira wa kikapu
농구

kuogelea
수영

ndondi
권투

magongo ya barafuni
아이스하키

soka
축구

vinyoya
배드민턴

riadha
육상 경기

mpira wa mikono
핸드볼

skii
스키

polo
폴로

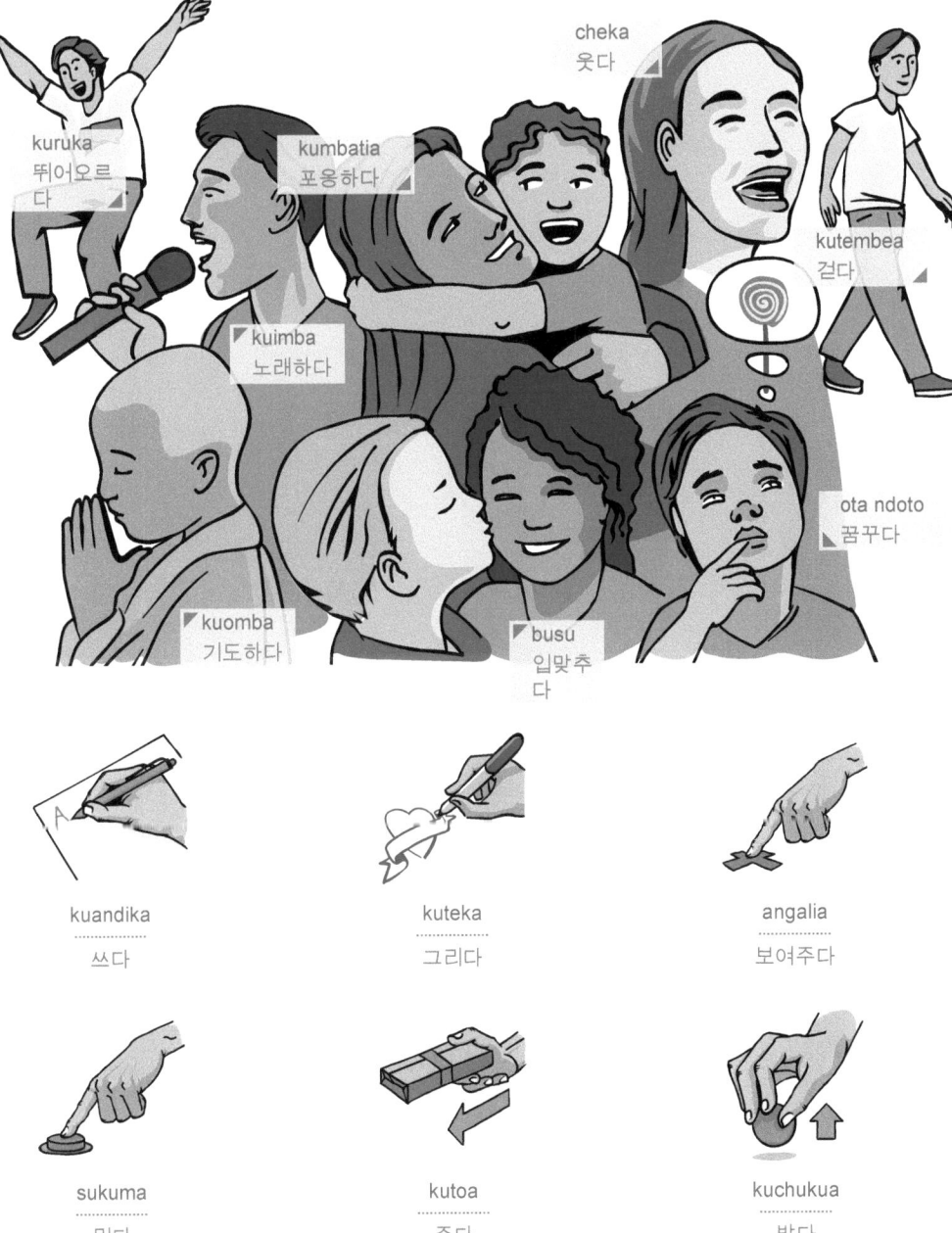

kuruka
뛰어오르다

kumbatia
포옹하다

cheka
웃다

kutembea
걷다

kuimba
노래하다

ota ndoto
꿈꾸다

kuomba
기도하다

busu
입맞추다

kuandika
쓰다

kuteka
그리다

angalia
보여주다

sukuma
밀다

kutoa
주다

kuchukua
받다

**kuwa**

가지다

**fanya**

행하다

**kuwa**

...이다

**kusimama**

서있다

**kukimbia**

뛰다

**vuta**

당기다

**kutupa**

던지다

**kuanguka**

떨어지다

**hadaa**

누워있다

**kusubiri**

기다리다

**kubeba**

운반하다

**kukaa**

앉다

**vaa nguo**

옷을 입다

**usingizi**

자다

**kuamka**

깨다

kuangalia

보다

lia

울다

kiharusi

쓰다듬다

chana nywele

빗다

ongea

말하다

kuelewa

이해하다

kuuliza

묻다

kusikiliza

듣다

kunywa

마시다

kula

먹다

nadhifisha

정리하다

upendo

사랑하다

mpishi

요리하다

gari

주행하다

kuruka

날다

meli

해항하다

kokotoa

계산하다

kusoma

읽다

kujifunza

배우다

kazi

일하다

kuoa

결혼하다

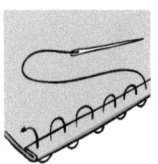

kushona

바느질하다

piga mswaki

이를 닦다

kuua

죽이다

moshi

담배 피우다

kutuma

보내다

bibi
할머니

babu
할아버
지

baba
아버지

mama
어머니

mtoto
아기

binti
딸

bin
아들

mgeni

손님

shangazi

이모 / 고모

mjomba

삼촌

kaka

형제

dada

자매

# mwili
## 몸통

paji la uso
이마
jicho
눈
bega
어깨
kidole
손가락
uso
얼굴
kidevu
턱
mkono
손가락
mguu
다리
matiti
가슴
mkono
팔


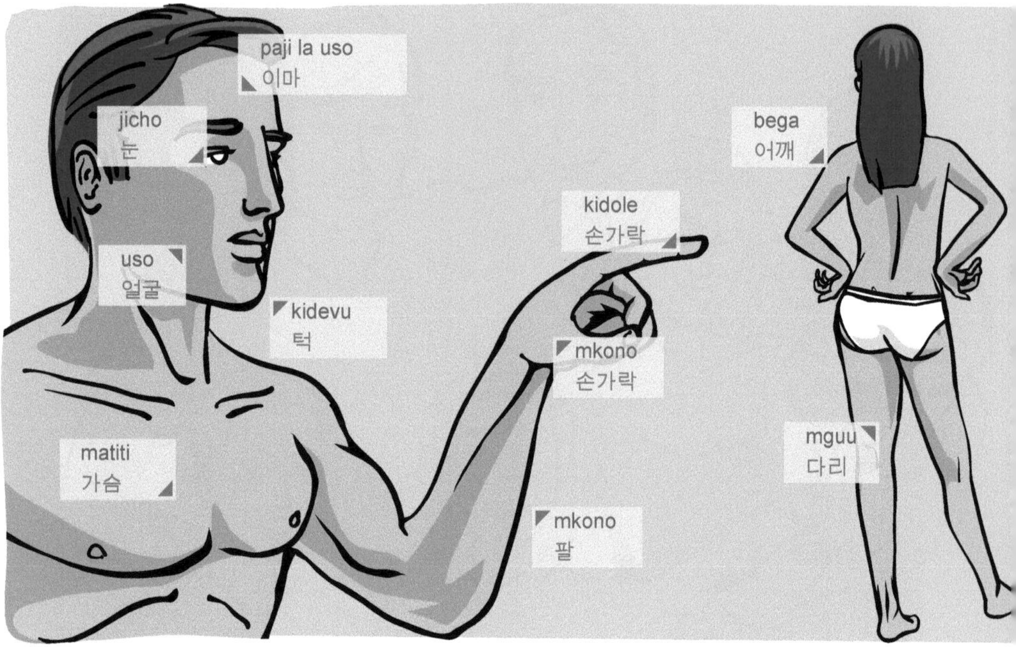

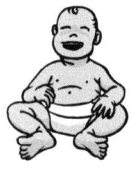

mtoto
아기

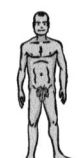

mwanamume
남자

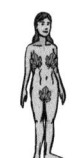

mwanamke
여자

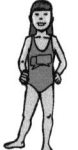

msichana
소녀

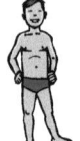

mvulana
소년

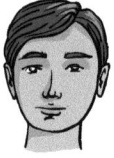

kichwa
머리카락

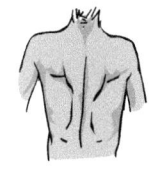

nyuma

등

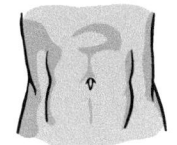

tumbo

배

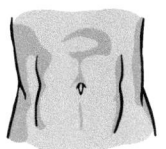

kitovu

배꼽

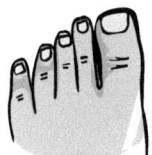

chano

발가락

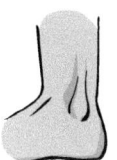

kisigino

발꿈치

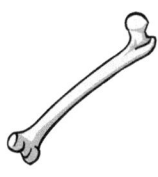

mfupa

뼈

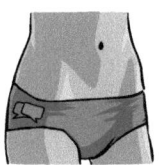

nyonga

엉덩이

goti

무릎

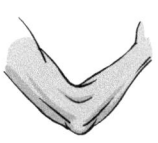

kiwiko

팔꿈치

pua

코

chini

둔부

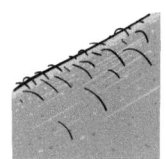

ngozi

피부

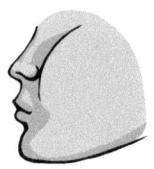

shavu

뺨

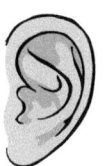

sikio

귀

mdomo

입술

kinywa

입

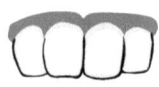

jino

치아

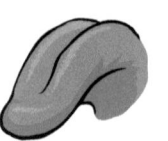

ulimi

혀

ubongo

뇌

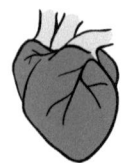

moyo

심장

misuli

근육

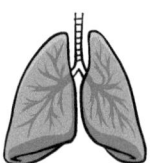

pafu

허파

ini

간

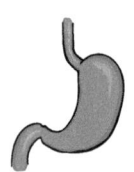

tumbo

위

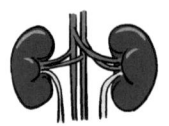

figo

신장

jinsia

성교

kondomu

콘돔

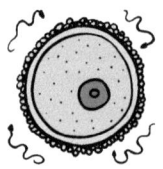

ovari

난자

shahawa

정자

mimba

임신

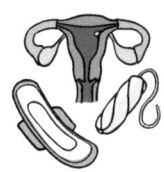

hedhi

월경

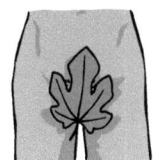

uke

질

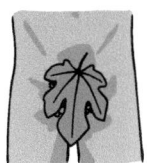

uume

음경

unyusi

눈썹

nywele

머리카락

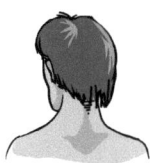

shingo

목

# hospitali
## 병원

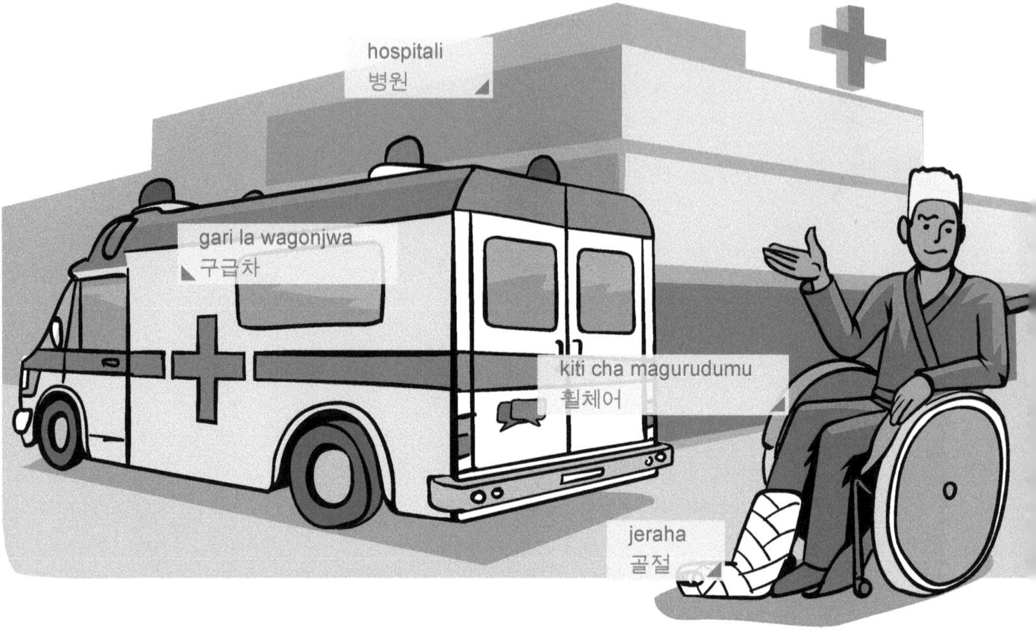

hospitali
병원
gari la wagonjwa
구급차
kiti cha magurudumu
휠체어
jeraha
골절

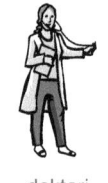

daktari
의사

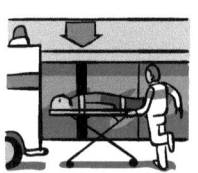

chumba cha dharura
응급실

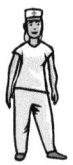

muuguzi
간호사

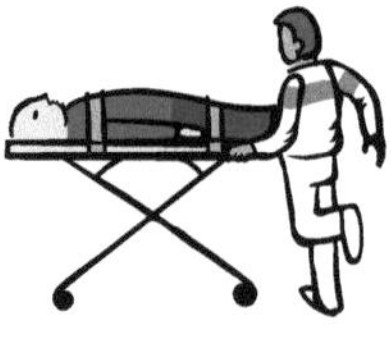

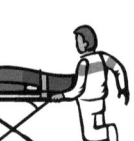

dharura
응급상황

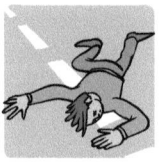

kupoteza fahamu
혼수상태

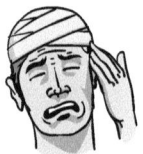

maumivu
통증

kuumia

부상

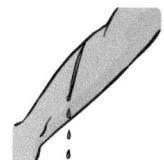

kutokwa na damu

출혈

mshtuko wa moyo

심장마비

kiharusi

뇌졸중

mzio

알러지

kikohozi

기침

homa

열

mafua

독감

kuharisha

설사

maumivu ya kichwa

두통

kansa

암

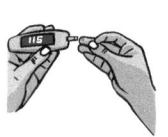

ugonjwa wa kisukari

당뇨병

daktari mpasuaji

외과의

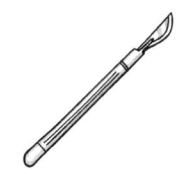

kisu kidogo cha kupasulia

수술용 메스

operesheni

수술

picha changanufu ya mwili

CT

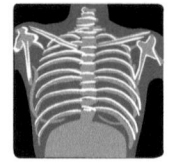

Eksrei

엑스레이

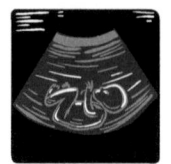

mawimbi sauti

초음파

barakoa ya uso

마스크

ugonjwa

질병

chumba cha kusubiri

대기실

mkongojo

목발

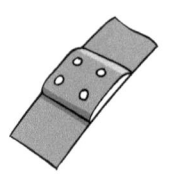

plasta

반창고

bendeji

붕대

sindano

주사

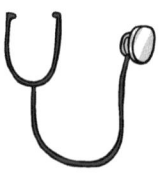

stetoskopu

청진기

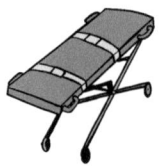

machela

들것

kipimajoto cha kliniki

체온계

kuzaliwa

출생

unene kupita kiasi

과체중

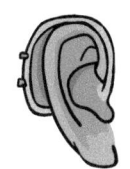

kusikia misaada

보청기

kipukusi

소독약

maambukizi

감염

virusi

바이러스

VVU / UKIMWI

HIV / AIDS

dawa

의학

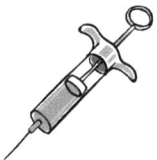

chanjo

예방접종

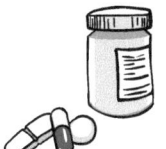

vidonge

알약

kidonge

알약

simu ya dharura

구급 전화

haemodainamometa

혈압측정기

mgonjwa / mwenye afya

병든 / 건강한

Msaada!

도와주세요!

kengele

경보음

pigo

폭행

shambulizi

공격

hatari

위험

lango la dharura

비상구

Moto!

불이야!

kizima moto

소화기

ajali

사고

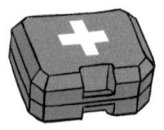

vifaa vya huduma ya kwanza

구급 상자

wito wa msaada

SOS

polisi

경찰

Ulaya

유럽

Amerika ya Kaskazini

북미

Amerika ya Kusini

남미

Afrika

아프리카

Asia

아시아

Australia

호주

Atlantiki

북극

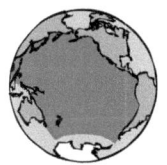

Pasifiki

태평양

Bahari ya Hindi

인도양

Bahari ya Antaktiki

남극해

Bahari ya Aktiki

북극해

Ncha ya Kaskazini

북극해

Ncha ya Kusini

남극해

Antaktika

남극

dunia

지구

nchi

육지

bahari

바다

kisiwa

섬

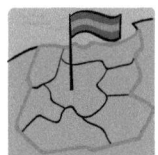

taifa

국가

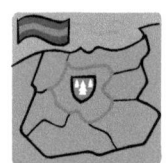

jimbo

주

uso wa saa

시계 문자판

akrabu ya saa

시침

akrabu ya dakika

분침

akrabu ya sekunde

초침

Ni saa ngapi?

몇 시입니까?

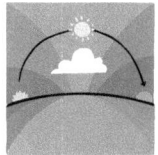

siku

일

wakati

시간

sasa

지금

saa ya dijitali

디지털 시계

dakika

분

saa

시간

Jumatatu 월요일
Jumatano 수요일
Ijumaa 금요일
Jumanne 화요일
Jumamosi 토요일
Alhamisi 목요일
Jumapili 일요일

jana
어제

leo
오늘

kesho
내일

asubuhi
아침

saa sita mchana
정오

jioni
저녁

siku za biashara
근로일

mwishoni mwa wiki
주말

# mwaka
## 년도

mvua
비
upinde wa mvua
무지개
theluji
눈
upepo
바람
majira ya machipuko
봄
vuli
가을
kiangazi
여름
majira ya baridi
겨울

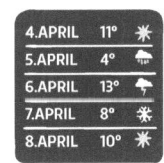

4.APRIL 11°
5.APRIL 4°
6.APRIL 13°
7.APRIL 8°
8.APRIL 10°

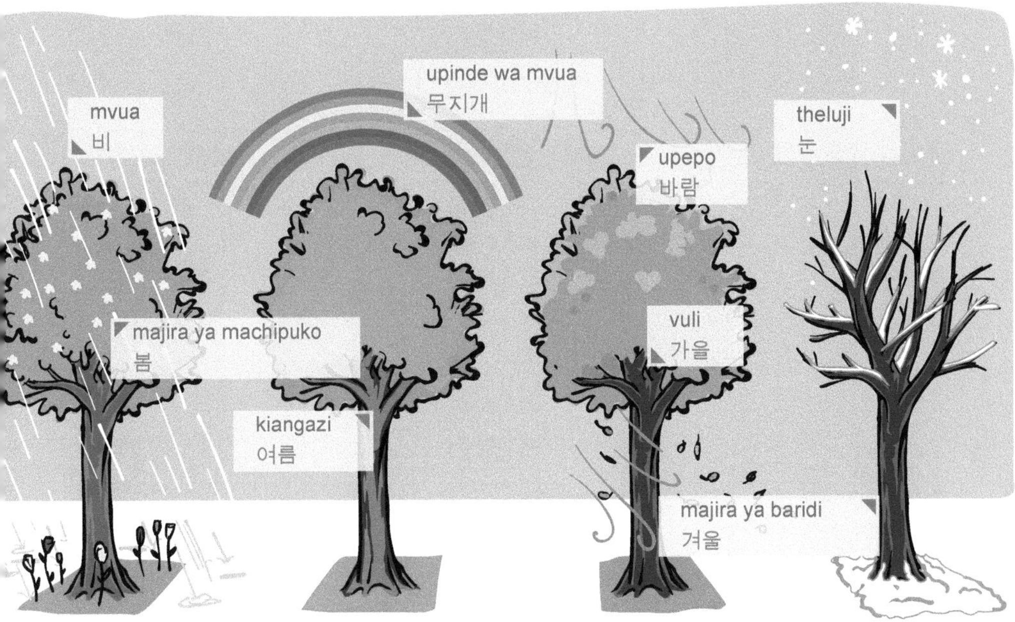

utabiri wa hali ya hewa

날씨 예보

F
C
120
90
60
30
0
-30
40
30
20
10
0
-10
-20

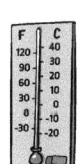

kipimajoto

온도계

mwanga wa jua

햇빛

wingu

구름

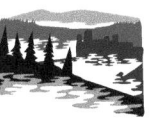

ukungu

안개

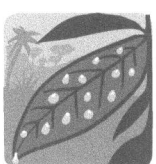

unyevu

습도

umeme

번개

radi

천둥

dhoruba

폭풍

mvua ya mawe

우박

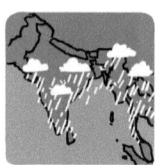

monsuni

장마

mafuriko

홍수

barafu

얼음

Januari

1월

Februari

2월

Machi

3월

Aprili

4월

Mei

5월

Juni

6월

Julai

7월

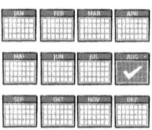

Agosti

8월

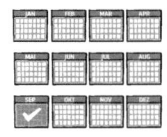

**Septemba**

9월

**Oktoba**

10월

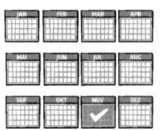

**Novemba**

11월

**Desemba**

12월

# maumbo

형태

mduara

원

mraba

정사각형

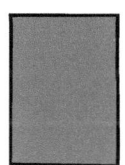

mstatili

직사각형

pembetatu

삼각형

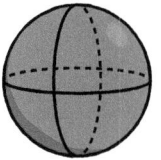

nyanja

구

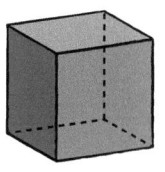

mchemraba

정사면체

nyeupe

하양

manjano

노랑

chungwa

주황

rangi ya waridi

분홍

nyekundu

빨강

hudhurungi

보라

bluu

파랑

kijani

초록

hanja

갈색

jivujivu

회색

nyeusi

검정

mengi / kidogo
.............
많은 / 적은

hasira / pole
.............
화난 / 차분한

nzuri / mbaya
.............
아름다운 / 추한

mwanzo / mwisho
.............
시작 / 끝

kubwa / ndogo
.............
큰 / 작은

angavu / giza
.............
밝은 / 어두운

kaka / dada
.............
형제 / 자매

safi / chafu
.............
깨끗한 / 더러운

kamilika / tokamilika
.............
완전한 / 불완전한

siku / usiku
.............
낮 / 밤

wafu / hai
.............
죽은 / 산

pana / nyembamba
.............
넓은 / 좁은

kulika / kutolika

삭용의 / 비식용의

ovu / ema

불친절한 / 친절한

sisimkwa / udhika

흥분된 / 지루한

nene / nyembamba

뚱뚱한 / 마른

kwanza / mwisho

처음으로 / 마지막으로

rafiki / adui

친구 / 적

jaa / tupu

꽉 찬 / 텅 빈

ngumu / laini

딱딱한 / 부드러운

nzito / nyepesi

무거운 / 가벼운

njaa / kiu

배고픔 / 목마름

mgonjwa / mwenye afya

병든 / 건강한

haramu / kisheria

불법 / 합법

akili / kijinga

영리한 / 어리석은

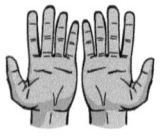

kushoto / kulia

왼 / 오른

karibu / mbali

가까운 / 먼

mpya / kutumika

새 / 헌

kitu / jambo

무 / 유

zee / changa

늙은 / 젊은

waka / zima

온 / 오프

wazi / fungwa

열린 / 닫힌

utulivu / kelele

조용한 / 시끄러운

tajiri / masikini

부유한 / 가난한

sahihi / kosa

옳은 / 틀린

mbaya / laini

거친 / 매끄러운

huzunika / furahia

슬픈 / 기쁜

fupi /ndefu

짧은 / 긴

polepole / haraka

느린 / 빠른

nyevu / kavu

젖은 / 마른

joto / baridi

따뜻한 / 시원한

vita / amani

전쟁 / 평화

| **0** | **1** | **2** |
|:---:|:---:|:---:|
| sufuri | moja | mbili |
| 영 | 하나 | 둘 |

| **3** | **4** | **5** |
|:---:|:---:|:---:|
| tatu | nne | tano |
| 셋 | 넷 | 다섯 |

| **6** | **7** | **8** |
|:---:|:---:|:---:|
| sita | saba | nane |
| 여섯 | 일곱 | 여덟 |

| **9** | **10** | **11** |
|:---:|:---:|:---:|
| tisa | kumi | kumi na moja |
| 아홉 | 열 | 열하나 |

## 12
kumi na mbili
열둘

## 13
kumi na tatu
열셋

## 14
kumi na nne
열넷

## 15
kumi na tano
열다섯

## 16
kumi na sita
열여섯

## 17
kumi na saba
열일곱

## 18
kumi na nane
열여덟

## 19
kumi na tisa
열아홉

## 20
ishirini
스물

## 100
mia
백

## 1.000
elfu
천

## 1.000.000
milioni
백만

**Kiingereza**

영어

**Kiingereza cha Marekani**

미국식 영어

**Kimandarini cha Uchina**

중국어 만다린

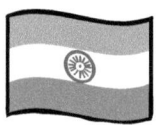

**Kihindi**

힌두어

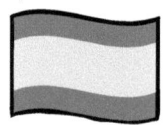

**Kihispania**

스페인어

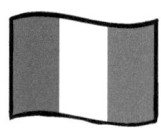

**Kifaransa**

프랑스어

**Kiarabu**

아랍어

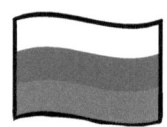

**Kirusi**

러시아어

**Kireno**

포르투갈어

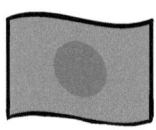

**Kibengali**

불가리아어

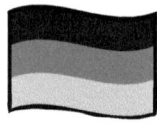

**Kijerumani**

독일어

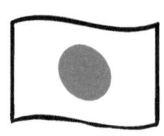

**Kijapani**

일본어

mimi

나

wewe

너

♂ ♀ ○

yeye / yeye / ni

그 / 그녀/ 그것

sisi

우리

wewe

너희들

wao

그들

nani?

누가?

nini?

무엇이?

jinsi gani?

어떻게?

wapi?

어디서?

lini?

언제?

HELLO, I AM

jina

이름

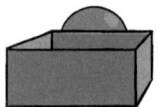

nyuma

뒤에

katika

안에

mbele ya

앞에

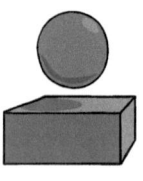

juu ya

위에

kwenye

위에

chini ya

아래에

kando

옆에

kati

사이에

mahali

장소